Mimi ni Maua

An introduction to Kiswahili

By Anna Mwalagho
Illustrated by Afzal Khan

Mekombo Publishers.

Creator/Oludumare/Mlungu/God. Who lives within me and guides my life. Thank you for all my gifts and talents. You direct me to serve the world through these talents, value my African culture, Kenyan roots, and the Kiswahili language.

Shukrani: Gratitude

To my parents for giving me freedom and liberty to dream, believe, and create my world. Mom, your support has been mystrength.

My loving husband, your love, support, and unwavering belief in me helped make this dream come true.

To our son, Olufemi! You inspired me to write this book. You fill my heart with an abundance of love and joy.

To my dear friend Tiffany Thompson, without your support,foresight, selflessness, and sacrifices, this book neither our Kiswahili institute would not have been manifested.

To my friend Cindy Capella, you encouraged, and guided me through the process of publishing this book. I am forever grateful for your support.

Family, friends, supporters, and fans; Thank you for fueling the energy within me and supporting me through the years.

My spiritual guides those seen and unseen; thank you for reassuring me that all is well and calming my spirit.

Nawapenda! (I love you all)

Swahili, also known as Kiswahili, is a Bantu language and the first language of the Swahili people. It is a language spoken in many African countries including;
Tanzania, Kenya, Uganda, Rwanda, Burundi, Mozambique, andthe Democratic Republic of the Congo.

Estimates of the total number of Swahili speakers vary widely, from 50 million to over 100 million. Swahili serves as a national language of three nations: Tanzania, Kenya, and the
DRC. Swahili is also one of the working languages of the African Union and officially recognized as a lingua franca of the East African Community.

Today the language is spoken widely in the larger Eastern Africa region. It is also an official language of the East African Community which comprises Kenya, Uganda, Tanzania, Rwanda,Burundi, and South Sudan.

Its use is spreading to southern, western, and northern Africa. Kiswahili the language is spreading fast and becoming a household language in many of these countries in addition to its adoption as one of the official languages of the African Union.

Pronunciation of the Vowels in Kiswahili

Vowels: Irabu	Pronunciation: Mataamshi
A	Father
E	Set
I	Keep
O	Caught
U	Shoot

SOUND	A	E	I	O	U
B	Ba	Be	Bi	Bo	Bu
CH	Cha	Che	Chi	Cho	chu
D	DA	DE	DI	DO	DU

"Mcheza kwao hutunzwa"-
He who values his or her culture is protected.
(Swahili proverb)

Mimi ni Maua

Jina langu ni Maua. Maua kwa Kiingereza ina maana 'Flower'

Mimi ni mtoto. Pia mimi ni msichana. Wewe ni msichana aumvulana?

Mimi nina miaka saba. Wewe una miaka mingapi?

Nina baba, mama, bibi, babu na kaka. Je wewe una kaka audada? Wangapi?

Mama yangu anaitwa Upendo. Upendo kwa Kiingereza inamaana "love"

Baba Yangu anaitwa Raha. Raha kwa Kiingereza ina maana "Joy"

Bibi yangu anaitwa Rehema. Rehema kwa Kiingereza ina maana"Grace"

Babu yangu anaitwa Shujaa. Shujaa kwa kwa Kiingereza inamaana "Brave"

Kaka yangu jina lake ni Mfalme
Mfalme kwa Kiingereza ina maana 'King'. Mama, baba, Kaka na dada yako

wanaitwa nani?

Mimi nina rafiki wawili sofia na Dede, una rafiki?

Ninapenda shule sana pia ninapenda kuhesabu, kusoma,kuandika na kucheza

Je, unapenda nini?

Ninaweza kuhesabu moja hadi kumi

moja, mbili, tatu nne, tano sita saba nane tisa kumi!

Sema na mimi "moja , mbili, tatu, nne, tano, sita, saba, nane, tisa,kumi

Sasa ni wakati wa kula, mama ananiita,"Maua njoo hapa"

Maua "ninakuja mama"

Mama Ninahisi njaa, naomba Chakula"chakula kiko mezani"

"Mama chakula ni kitamu sana" Ninapenda kula samaki, wali na

mboga.Unapenda kula nini?

"Asante sana kwa chakula Mama""Karibu sana Maua"

"Mfalme naomba maji tafadhali""Asante Mfalme"

"Karibu Maua"

"Watoto twende!"

Baada ya kula, Maua, Mfalme, baba, na mama wanaingia gari nakuenda.

Wanaenda wapi? "Kwaheri Watoto!"

GLOSSARY

Mimi ni: i am
Jina langu ni: my name is
Msichana: girl
Mvulana: boy
Wewe: you
Nina: i have
Una: you have
Moja: one
Mbili; two
Tatu; three
Nne: four
Tano: five
Sita; six
Saba: seven
Nane: eight
Tisa; nine
Kumi: ten
Miaka: years
Ngapi/ mingapi: how many
Anaitwa: she is called
Mama: mother
Baba: father
Bibi: grandmother
Babu: grandfather

Rafiki: friend/s
Kaka yangu: my brother
Ninapenda: i like/love
Kuhesabu: to count
Kusoma: to read
Kucheza: to play
Kuandika: to write
Ninaweza; i can
Hadi: until
Sasa: now
ni wakati: it is time
Kula: to eat
Njoo hapa; come here
Ninahisi; i feel
Njaa: hunger
Naomba: may i have
Chakula: food
Mezani; on the table
Asante sana: thank you very much
Karibu sana: very welcomed
Nipe: give me
Tafadahli: please
Twende: let's go
Jua: sun
Linawaka : it is shinning
Tucheze: so we may play
Kwaheri: goodbye
Watoto: children

Anna Mwalagho is a Kiswahili educator for both children and adults. As a native Kiswahili speaker, she has taught Kiswahili inthe USA for over twenty years with different language agencies, including Berlitz, DLS, ICLS, and many more.

She also teaches both public and private schools in the Washington DC metro area. In 2020 Ms. Mwalagho founded herLanguage Institute: Halisi international Language institute, which reaches students from across the globe teaching Kiswahili in a virtual setting.

Anna Mwalagho is also a performing artist: Comedian, Poet, Singer, Songwriter, Actress, African dancer, and Storyteller. Annathrives in entertaining and educating the masses through her Mwalagho productions and her non-profit Upendo Educational Foundation. In addition, she finds joy in using her talents and gifts to celebrate diversity, culture, and life.
Her philosophy is "Dance. Sing, laugh, and truly love, as this isthe joy of life."

SOCIAL MEDIA HANDLES FOR ANNA MWALAGHO

- www.annamwalagho.com

- www.youtube.com/mamaafricaanna

- www.facebook.com/mwalaghoanna

- www.instagram.com/mamaafricaanna

- www.neverthoughtiwasblack.com

- www.ueduf.org

"Penye nia ipo njia"- Where there is a will,
there is a way.
(Swahili proverb)

Notes

Asante sana!

Kwaheri.

CPSIA information can be obtained
at www.ICGtesting.com
Printed in the USA
BVHW052053251021
619791BV00001B/13